www.Qworldmedicalcomics.com

અમે જોયું છે કે પરંપરાગત પુસ્તકો દ્વારા મેડિકલ અભ્યાસ કઠીન અને બોરિંગ હોઈ શકે છે. મૂળભૂત મેડિકલ અવધારણાઓને સમજવા અને વિશાળ માહિતી યાદ રાખવી અવારનવાર કઠીન હોય છે. આથી, મેડિકલ વિદ્યાર્થીઓ તેમના ઇચ્છિત લક્ષ્યો પ્રાપ્ત કરી શકતા નથી.

આ સમસ્યાને હલ કરવાનો અમારો વિનમ્ર પ્રયાસ છે કે ઉચ્ચ ગુણવત્તાવાળી કલા અને હાસ્યને જોડીને મેડિકલ અવધારણાઓને સમજવા અને યાદ રાખવું સરળ અને મજેંદાર બનાવીએ.

અમે કોમિક્સની શક્તિનો ઉપયોગ કરવામાં ઉત્સાહી છીએ, જેંથી જટિલ મેડિકલ અવધારણાઓને સમજવું વધુ સરળ અને મજેંદાર બની શકે.

અમે માનીએ છીએ કે શિક્ષણ સંલગ્ન અને દરેકને ઍક્સેસિબલ હોવું જોઈએ, અને અમે અમારા કોમિક્સ સાથે આને પ્રાપ્ત કરવાનો પ્રયાસ કરીએ છીએ.

અમે અત્યાર સુધી પ્રકાશિત મેડિકલ કોમિક્સ કિંડલ ઈ-બુક્સ તેમજ પેપરબેક્સ રૂપમાં અમેઝોન અને ફ્લિપકાર્ટ પર ઉપલબ્ધ છે. અમે આશા કરીએ છીએ કે તમે તેમને આનંદિત અને તમારા શિક્ષણમાં મૂલ્યવાન માનશો. જો તમે વિદ્યાર્થી, આરોગ્ય સંબંધિત વ્યાવસાયિક, અથવા ફક્ત માનવ શરીર અને તેની કામગીરી વિશે વધુ જાણવા માંગતા વ્યક્તિ છો, તો અમારી પાસે તમારા માટે કંઈક છે.

મેડિકલ કોમિક્સ અને તેની મહેનતી ટીમને સમર્થન આપવા બદલ આભાર. તમે તમારા પ્રતિસાદ અને સુચનાઓ "qworldmedicalcomics@gmail.com" પર મોકલી શકો છો.

ડૉક્ટર આકૃતિ મહેતા

મળો ડૉ. અકૃતિ મેહતાને, "મેનસ્ટ્રૂઅલ માર્વેલ" કોમિક્સની સર્જનાત્મક પ્રતિભા પાછળની વ્યક્તિ.

કલા અને સમજણનું અનોખું મિશ્રણ કરીને, તેમણે યુવાનાઓ માટે કિશોરાવસ્થા અને માસિક ધર્મને સમજાવતી આકૃતિમય માર્ગદર્શિકા બનાવી છે, જે માહિતીપૂર્ણ અને સ્ત્રી સશક્તિકરણ નું ઉત્તમ ઉદાહરણ છે.

તેમનું કાર્ય ફક્ત એક કોમિક શ્રેણી નથી, પણ માસિક ધર્મની આસપાસના નિષેધ તોડવા અને તે વિશે ખુલ્લી વાતચીત પ્રોત્સાહિત કરવા માટેનું આંદોલન છે.

ડૉ. અકૃતિ મેહતા એક બહુપ્રતિભાશાળી વ્યાવસાયિક છે, જે ડોક્ટર, સ્ક્રિપ્ટરાઇટર અને આકર્ષક મેડિકલ કોમિક્સના લેખક તરીકે પોતાની ભૂમિકા ભજવી રહ્યા છે. તેમની સર્જનાત્મક પ્રતિભા તેમના અનોખા દૃષ્ટિકોણ દ્વારા પ્રદર્શિત થાય છે, જે જટિલ વિચારધારાઓને સમજવામાં સરળ અને રસપ્રદ બનાવે છે.

Q WORLD (ક્યુ વર્લ્ડ) ની સ્થાપક તરીકે, તેઓ તેમની નવીનતમ વેબસાઇટ www.qworld.co.in દ્વારા મેડિકલ શિક્ષણમાં ક્રાંતિ લાવી રહ્યા છે.

ડૉ. મેહતાની આરોગ્યસંબંધિત પૃષ્ઠભૂમિ અને શિક્ષણ પ્રત્યેનો ઉત્સાહ તેમને આ વિષયને અનોખા દ્રષ્ટિકોણથી રજૂ કરવા માટે યોગ્ય બનાવે છે. તેમના કોમિક્સ ફક્ત ચિત્રણ નથી, પણ શિક્ષણ અને સશક્તિકરણ માટેનું શક્તિશાળી સાધન છે, જે યુવતીઓને તેમના શરીર અને કિશોરાવસ્થાની જટિલતાઓને સમજીને તેમાંથી પસાર થવામાં મદદરૂપ થાય છે.

તેમનું કામ તેમના મેડિકલ અને સાહિત્ય ક્ષેત્રો પ્રત્યેના અદ્ભુત સમર્પણનું દ્રષ્ટાંત છે.

મેન્સ્ટ્રુઅલ માર્વેલ વર્કશોપ

પરંતુ તેમનું કાર્ય માત્ર પાનાંઓ પર મર્યાદિત નથી. ડૉ. મેહતા શાળાઓમાં વર્કશોપનું આયોજન કરે છે, જેમાં તેઓ કન્યાઓને મહિનાવારી વિશે શીખવા માટે સુરક્ષિત અને સમર્થનસભર વાતાવરણ પ્રદાન કરે છે. આ વર્કશોપો માત્ર માહિતીસભર જ નથી, પરંતુ તે સંવાદાત્મક અને આકર્ષક છે, જે શીખવાની પ્રક્રિયાને આનંદદાયક અને યાદગાર બનાવે છે.

અહીં ડૉ. મેહતાના વર્કશોપોમાંથી તમે શું અપેક્ષા રાખી શકો તેવા કેટલાક મહત્ત્વના પાસાં વર્ણવ્યા છે:

- **સંવાદાત્મક સત્રો:** ડૉ. મેહતાના વર્કશોપ આ પ્રકારના છે કે જેમાં પ્રશ્નો અને ચર્ચાઓને પ્રોત્સાહન મળે છે. આથી દરેક ભાગ લેનાર વ્યક્તિ પોતાની વાત સાંભળાઈ અને સમજાઈ ગઈ હોય તેવું અનુભવે છે.
- **સશક્તિકરણ શિક્ષણ:** આ વર્કશોપોનો મુખ્ય ઉદ્દેશ કન્યાઓને તેમના શરીર વિશે સાચી માહિતી આપીને સશક્ત બનાવવાનો છે, જેથી તેઓ માસિક સ્રાવ વિશે વધુ સમજણ મેળવી શકે.
- **સુરક્ષિત વાતાવરણ:** ડૉ. મેહતા એ રીતે સુરક્ષિત અને સહાયક વાતાવરણ ઉભું કરે છે, જ્યાં કન્યાઓ કિશોરાવસ્થા અને માસિક સ્રાવ વિશેની ચિંતાઓ અને શંકાઓ ખુલ્લી રીતે પ્રગટ કરી શકે છે.
- **આનંદદાયક શૈક્ષણિક વાતાવરણ:** કોણ કહે છે કે શીખવું મજેદાર ન હોઈ શકે? ડૉ. મેહતાના વર્કશોપ આકર્ષક અને રમૂજી છે, જે શીખવાની પ્રક્રિયાને મનોરંજક બનાવે છે.
- **ભારતીય સંસ્કૃતિ માટે સંવેદનશીલ:** આને ખાસ ધ્યાનમાં રાખવામાં આવ્યું છે કે "મેન્સ્ટ્રુઅલ માર્વેલ" કોમિક્સ અને ડૉ. અકૃતિ મેહતા દ્વારા આયોજિત વર્કશોપો ભારતીય સંસ્કૃતિની ઊંડી સમજ અને માન સાથે રચાયેલા છે. આ કોમિક્સ અને વર્કશોપો આ દેશની મૂલ્યો, પરંપરાઓ અને સામાજિક પ્રથાઓનું સંપૂર્ણ માન રાખીને ડિઝાઇન કરવામાં આવ્યા છે, જેથી માહિતી અને માર્ગદર્શન કન્યાઓ માટે વધુ સંબંધિત અને સગવડભર્યું બને. આથી તેઓ કિશોરાવસ્થાના પરિવર્તનોને કોઈ સાંસ્કૃતિક વિરોધાભાસ વિના સમજી અને સ્વીકારી શકે છે.

તો, શું તમે તમારા વિદ્યાર્થીઓ અથવા સંતાનોને જ્ઞાન અને સમજણથી સશક્ત કરવા માટે તૈયાર છો? આજે જ ડૉ. અકૃતિ મેહતા સાથે વર્કશોપ બુક કરો, "Qworldmedicalcomics@gmail.com" પર અમને ઇમેઇલ કરીને મહિનાવારી આસપાસના નિષેધ ને તોડવા માટેના આંદોલનમાં જોડાઓ.

યાદ રાખો, જ્ઞાનમાં શક્તિ છે, અને "મેન્સ્ટ્રુઅલ માર્વેલ" સાથે, અમે આવું ભવિષ્ય બનાવી શકીએ છીએ જ્યાં દરેક કન્યા પોતાના શરીર વિશે આત્મવિશ્વાસભર્યું અને માહિતગાર અનુભવ કરે.

આવો પરિવર્તન લાવીએ!

ડૉક્ટર તન્મય મહેતા

મળો ડૉક્ટર તન્મય મહેતાને, MBBS અને MDમાં ગોલ્ડ મેડલ વિજેતા, તેઓ મેડિકલ શિક્ષણ (ACME) અને ક્લિનિકલ ટ્રાયલ્સ (PGCTM) ની ડિગ્રી પણ ધરાવે છે. DNB, MNAMS અને મેડિકલ માઇક્રોબાયોલોજીમાં DipFRCPath (UK) તેમની યશકલગીમાં વધુ ઉમેરા કરે છે.

હાલમાં તેઓ શ્રીમતી NHL મ્યુનિસિપલ મેડિકલ કોલેજ, અમદાવાદ, ભારતમાં આસિસ્ટન્ટ પ્રોફેસર તરીકે ફરજ બજાવી રહ્યા છે.

તેમણે મેડિકલ માઇક્રોબાયોલોજી, બાયોમેડિકલ સંશોધન, NEET-PG અને USMLE તૈયારી પર અનેક પુસ્તકો લખ્યાં છે. ડૉ. મહેતાની પુસ્તકો તેમની સ્પષ્ટતા, પદ્ધતિશીલતા અને વિસ્તૃત માહિતીને કારણે જાણીતી છે.

તેઓ મેડિકલ કોમિક્સના સર્જક અને લેખક છે, જે મેડિકલ વિષયો ને શીખવાની અનોખી અને નવીન રીત પ્રદાન કરે છે. ડૉ. તન્મય મહેતા એક બહુમુખી વ્યક્તિ છે, જે પોતાના કલા માટે ઉત્સાહ સાથે મેડિકલ વિજ્ઞાન, લેખન અને કોમિક્સના ક્ષેત્રોનો સમન્વય કરે છે. ડૉ. મહેતાના કોમિક્સમાં હાસ્ય, સર્જનાત્મકતા અને શિક્ષણનું સુંદર મિશ્રણ છે. તેઓ તેમના કલાત્મક કૌશલ્યનો ઉપયોગ કરીને જટિલ મેડિકલ વિષયો ને સરળ અને મનોરંજક રીતે ચિત્રિત કરે છે.

ડૉ. મહેતા એક સમર્પિત અને પ્રેરણાદાયી શિક્ષક છે, જે શીખવાની પ્રક્રિયાને આનંદદાયક અને કાર્યક્ષમ બનાવવા મા માને છે. તે હંમેશા તેમના વિદ્યાર્થીઓ અને વાચકો સાથે જ્ઞાન અને અનુભવ વહેંચવાની ઉત્સુકતા રાખે છે. તેમના શિક્ષણ પદ્ધતિઓ નવીન અને વિદ્યાર્થી-કેન્દ્રિત છે, જે રટણ કરતાં સમજણને વધુ મહત્ત્વ આપે છે.

તેઓ કલા, સંશોધન, મેડિકલ વિજ્ઞાન અને મેડિકલ કોમિક્સ પર તાલીમ સત્રો, અતિથિ વ્યાખ્યાનો અને વર્કશોપોનું પણ આયોજન કરે છે.

તેમના સત્ર બુક કરવા માટે, અમને "Qworldmedicalcomics@gmail.com" પર ઇમેઇલ મોકલો.

હેલો દીકરીઓ ! હું ડૉ. આકૃતિ મહેતા છું.
આજે આપણે તરુણાવસ્થા અને પીરિયડ્સ/માસિક સ્રાવ વિશે વાત કરવાના છીએ.
Q WORLD MEDICAL COMICS

હેલો ડોક્ટર!

પરંતુ આ "તરુણાવસ્થા" શું છે?
અને આ માસિક સ્રાવ શું છે?

હું જાણું છું કે તમે બધા ઉત્સુક છો! પરંતુ ચાલો તેમને એક પછી એક સમજીએ. ચાલો પહેલા તરુણાવસ્થાથી શરૂઆત કરીએ.

PUBERTY
તરુણાવસ્થા

તો તમે વિચારી રહ્યા છો.. આ તરુણાવસ્થા શું છે?

તરુણાવસ્થા એ સમય છે જ્યારે તમારું શરીર બદલાય છે
અને પુખ્ત વયના લોકો જેવું બને છે.

તે છોકરાઓમાં પણ થાય છે અને છોકરીઓમાં પણ!

તે એક કુદરતી પ્રક્રિયા છે. તે બાળપણથી પુખ્તાવસ્થા સુધીનો પ્રવાસનો તબક્કો છે.

એક છોકરો પુરુષ બને છે.
એક છોકરી સ્ત્રીમાં પરિવર્તિત થાય છે.

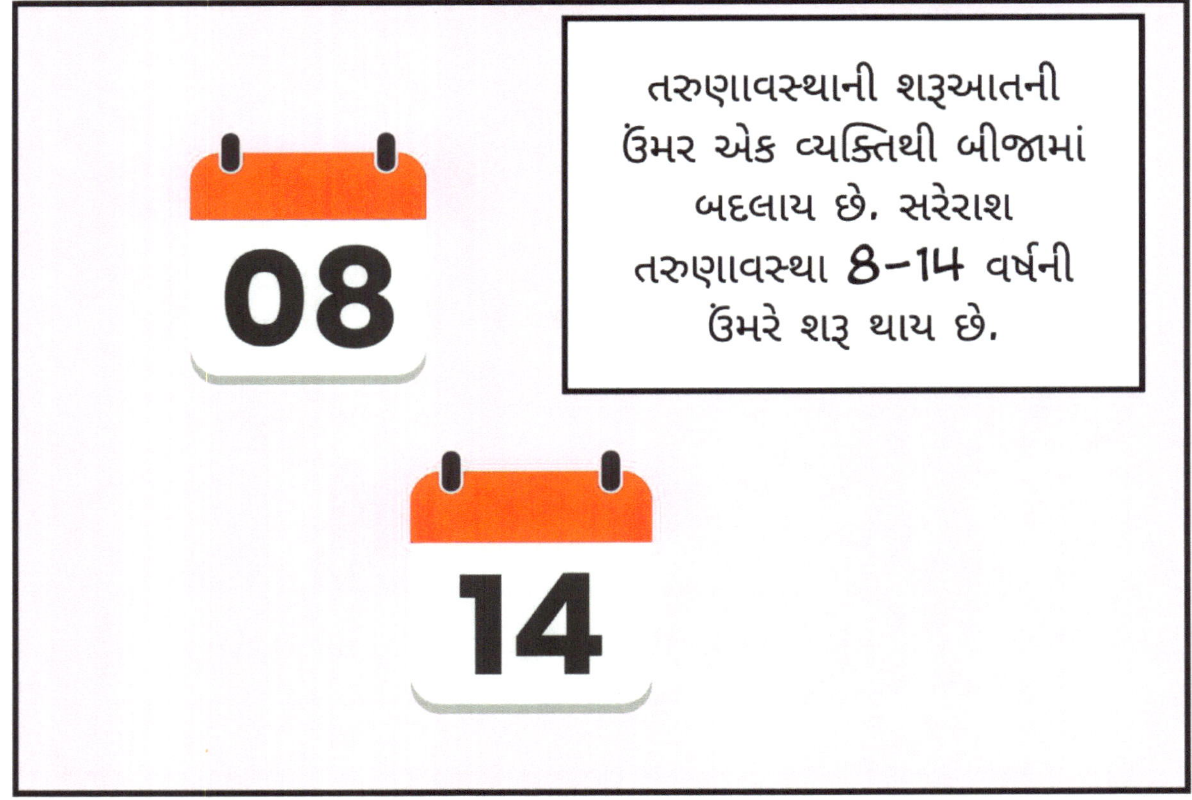

તરુણાવસ્થાની શરુઆતની ઉંમર એક વ્યક્તિથી બીજામાં બદલાય છે. સરેરાશ તરુણાવસ્થા 8–14 વર્ષની ઉંમરે શરુ થાય છે.

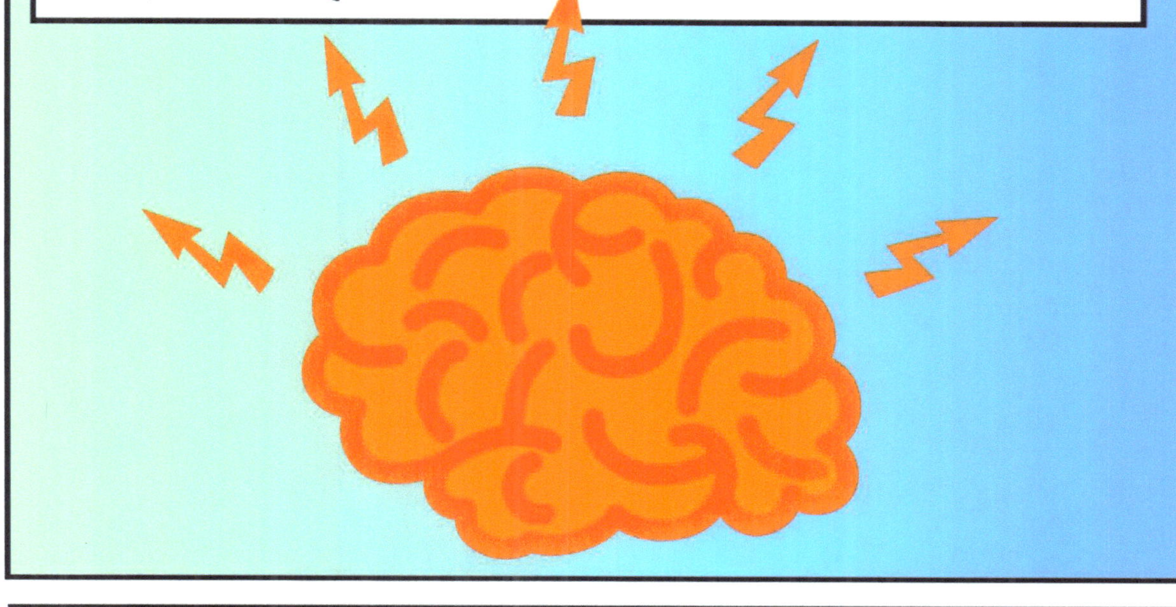

જ્યારે તમારું મગજ હોર્મોન્સ એટલે કે અંતઃસ્રાવો નામના રસાયણો દ્વારા શરીરમાં સંકેતો મોકલવાનું શરૂ કરે છે, ત્યારે તરુણાવસ્થા શરૂ થાય છે.

તો... આ "તરુણાવસ્થા" માં થાય છે શું ?

તમારી ઉંચાઈ વધે છે.

તમે મૂડ સ્વિંગ એટલે કે મિજાજ ફેરબદલ અનુભવી શકો છો....

છાતીના વિસ્તારમાં છોકરીઓમાં સ્તન વિકાસ પામે છે.

તમે કેવા દેખાવ છો તે વિશે તમે સભાન બનો છો.

તમારા શરીર પર વાળ ઉગવા માંડે છે.
બગલ માં
ગુપ્ત ભાગો પર
પગે

ખીલ ત્વચામાં અતિસક્રિય ગ્રંથીઓના કારણે થાય છે. ગ્રંથીઓ સીબમ નામનું કુદરતી તેલ બનાવે છે. તરુણાવસ્થા દરમિયાન, આ ગ્રંથીઓ વધારાની સીબમ બનાવે છે જે તમારી ત્વચાના છિદ્રોને રોકી શકે છે.

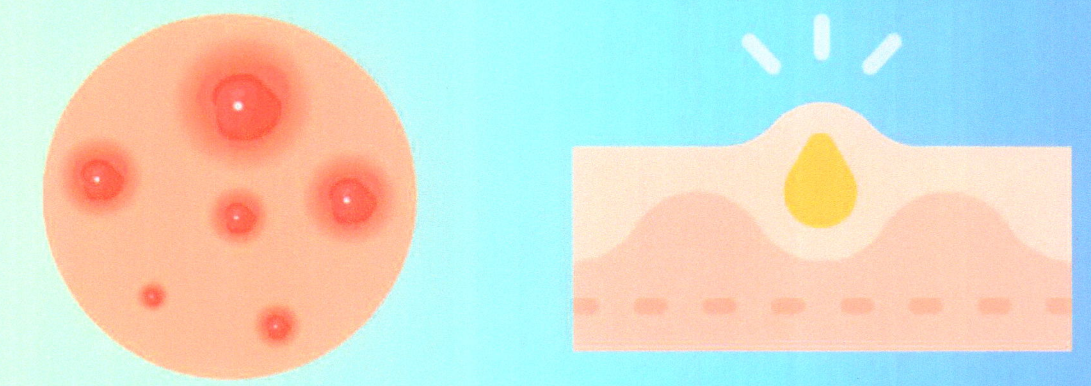

શું છોકરાઓ પણ આ બધા ફેરફારોમાંથી પસાર થાય છે??
હા. ખરેખર.
છોકરાઓ પણ આ ફેરફારોમાંથી પસાર થાય છે. 
ઊંચાઈમાં વધારો
PUBERTY

મૂડ સ્વિંગ

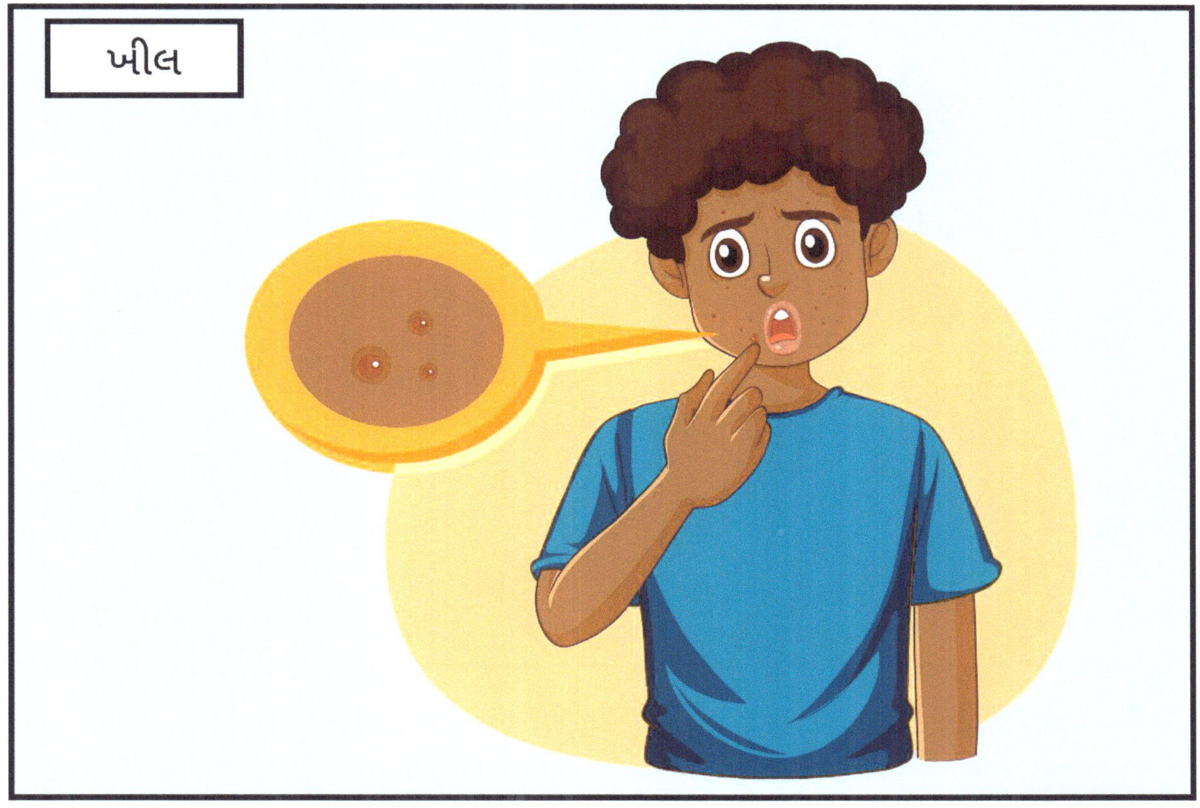

ખીલ

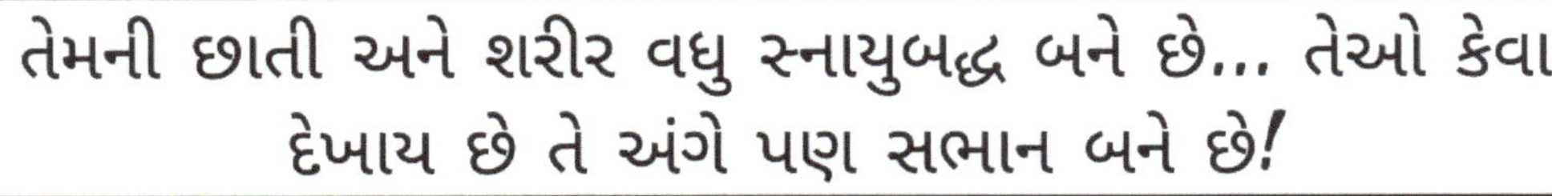

તેમની છાતી અને શરીર વધુ સ્નાયુબદ્ધ બને છે... તેઓ કેવા દેખાય છે તે અંગે પણ સભાન બને છે!

છોકરાઓ ને પણ શરીરના વાળ અને દાઢી અને મૂછ ઉગે છે..

ઠીક છે.. તો હવે અમે સમજી ગયા.
તરુણાવસ્થા એ મોટા થવાની "કુદરતી" પ્રક્રિયા છે.

શું તમે હવે માસિક સ્રાવ અથવા પીરીઅડ વિશે સમજાવી શકો છો?

ચોક્ક્સ.. ચાલો હવે માસિક સ્રાવને સમજીએ!!

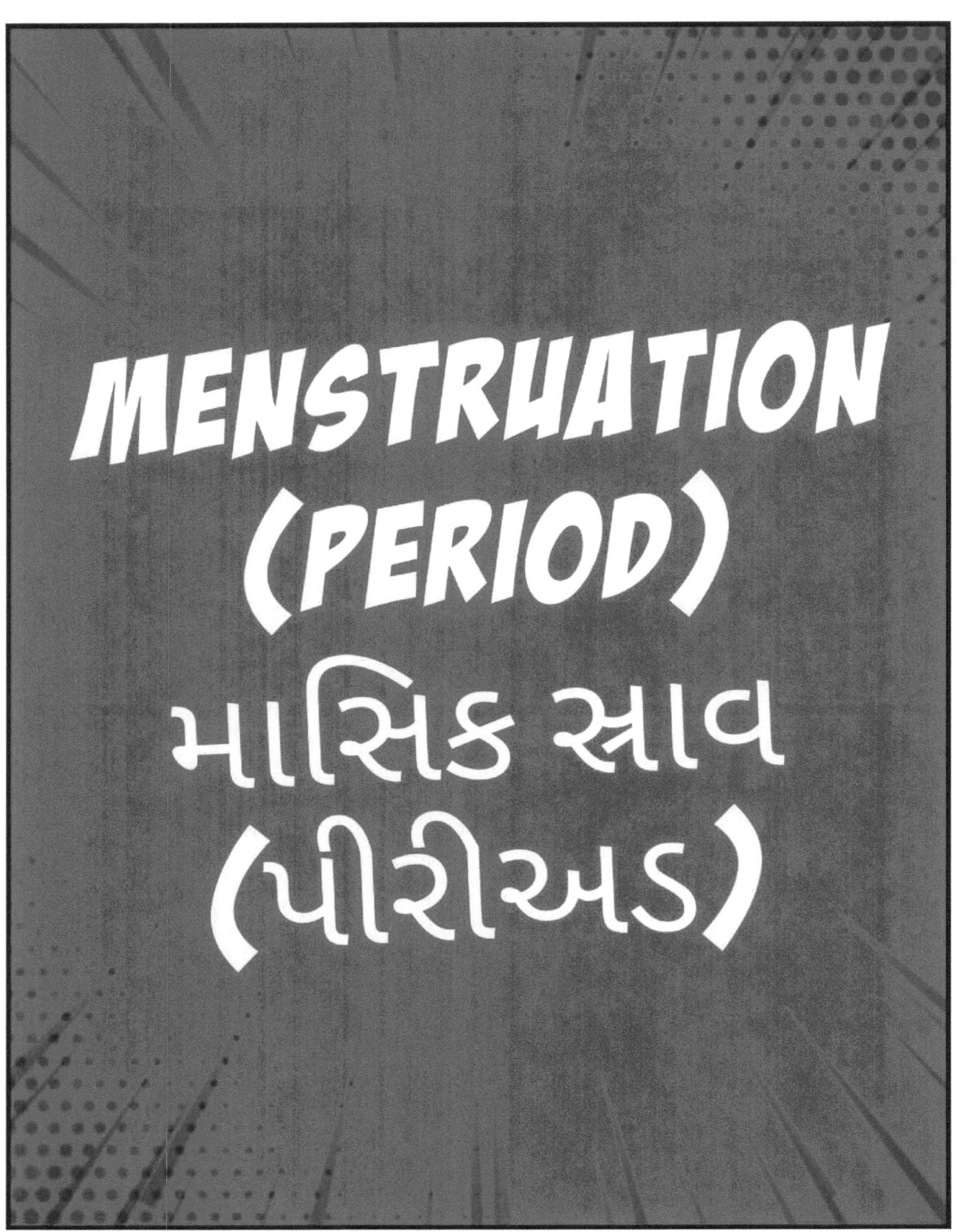

MENSTRUATION
(PERIOD)
માસિક સ્ત્રાવ
(પીરીઅડ)

ચાલો હું તમને સ્વીટી નામની છોકરીની વાર્તા કહું..
એક દિવસ સ્વીટી તેની શાળામાં તેના મિત્રો સાથે રમતી હતી..

અચાનક તેણીને લાગ્યું કે ગરમ સ્રાવ બહાર આવી રહ્યો છે ...
OOPS!

તેથી તે ટોઇલેટ એટલે કે શૌચાલય તરફ દોડી ગઈ.. અજાણ.,શું થયું છે તે વિશે!

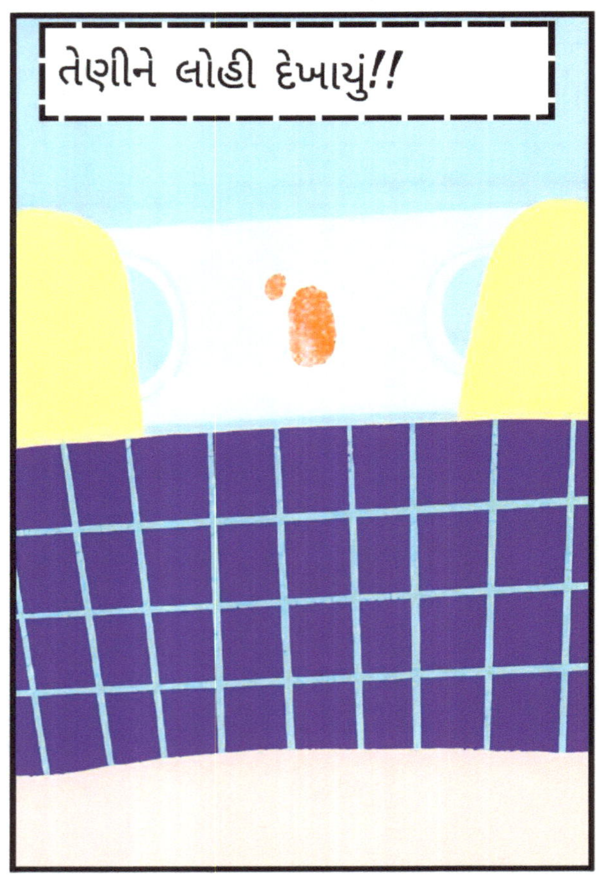

તેણીને લોહી દેખાયું!!

ગભરાઈને તેણે તેની મિત્રને મદદ માટે બોલાવી.

ડોલી!! જલ્દી આવો! મારી સાથે કંઈક સમસ્યા છે. મને લોહી નીકળે છે!
કદાચ રમતી વખતે મને ઈજા થઈ હોય!
ચાલો આપણા શિક્ષક પાસે જઈએ અને તેણીને પૂછીએ કે શું તેણી મદદ કરી શકે છે?

સ્વીટી અને ડોલી તેમના શિક્ષક શ્રીમતી પારેખ પાસે દોડી ગયા.
શું થયું છોકરીઓ??
હા મેડમ! તેણીને મદદ કરો.
મેડમ! મને વાગ્યું છે, મને લોહી પણ નીકળે છે.

સમગ્ર પરિસ્થિતિને સમજ્યા બાદ તેમના શિક્ષક શ્રીમતી પારેખે તેમને શાંત થવા કહ્યું.
અરે વહાલી ! તને પીરિયડ્સ એટલે કે માસિક સ્રાવ થયો છે...!!!
ચિંતા કરશો નહીં! તે ખૂબ જ સામાન્ય અને કુદરતી છે.

પીરિયડ્સ ??
આ શું છે?

ચાલો હું તમને સમજાવું.

એ ખૂબ જ કુદરતી પ્રક્રિયા છે...
છોકરીમાંથી સ્ત્રી બનવાની.

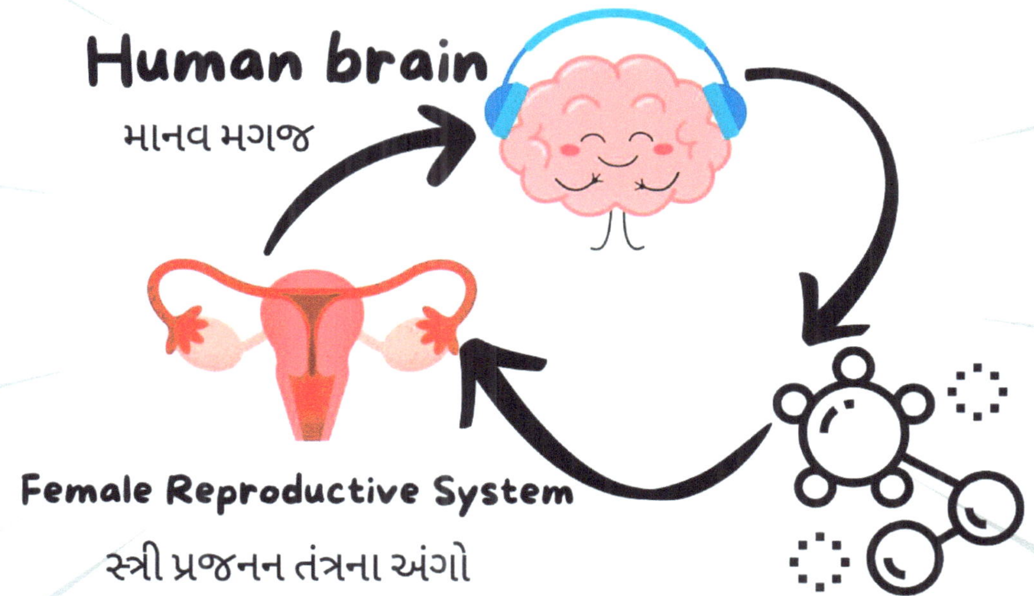
Human brain
માનવ મગજ
Female Reproductive System
સ્ત્રી પ્રજનન તંત્રના અંગો

આપણું મગજ રસાયણો મુક્ત કરે છે જે સ્ત્રી પ્રજનન તંત્રના
અંગો પર કાર્ય કરે છે.

સ્ત્રી પ્રજનન તંત્ર 3 ભાગો ધરાવે છે.

પ્રથમ, કેન્દ્રમાં કોથળી જેવી રચના ને **ગર્ભાશય** કહેવાય છે.

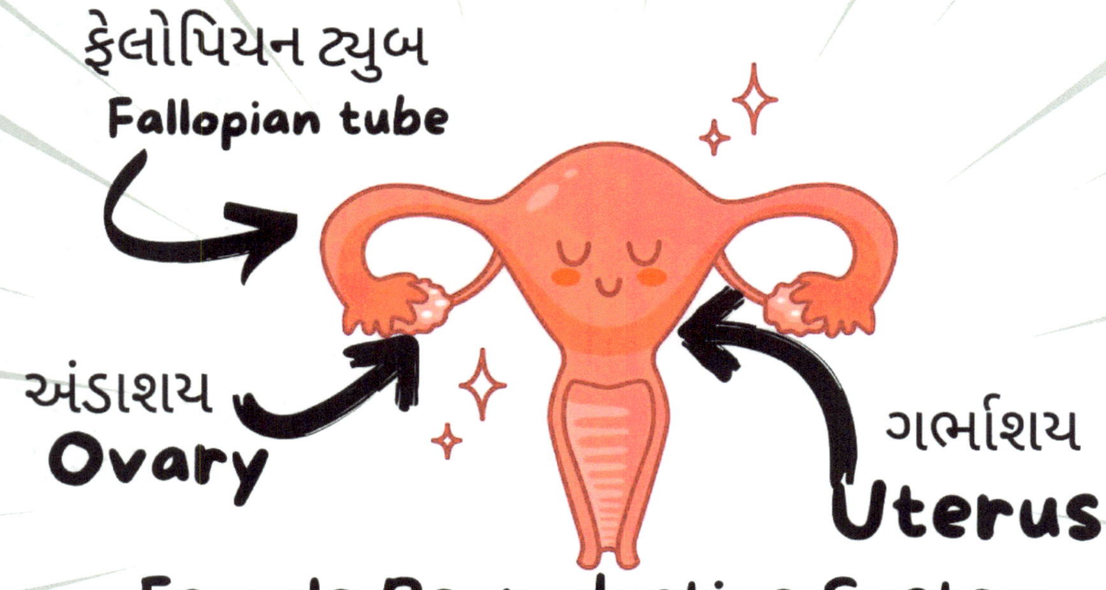

બીજું, ગર્ભાશયની દરેક બાજુએ એક અંડાકાર રચના ને **અંડાશય** કહેવાય છે.

છેલ્લે, **ફેલોપિયન ટ્યુબ** દરેક બાજુએ અંડાશયથી ગર્ભાશય સુધી વિસ્તરે છે.

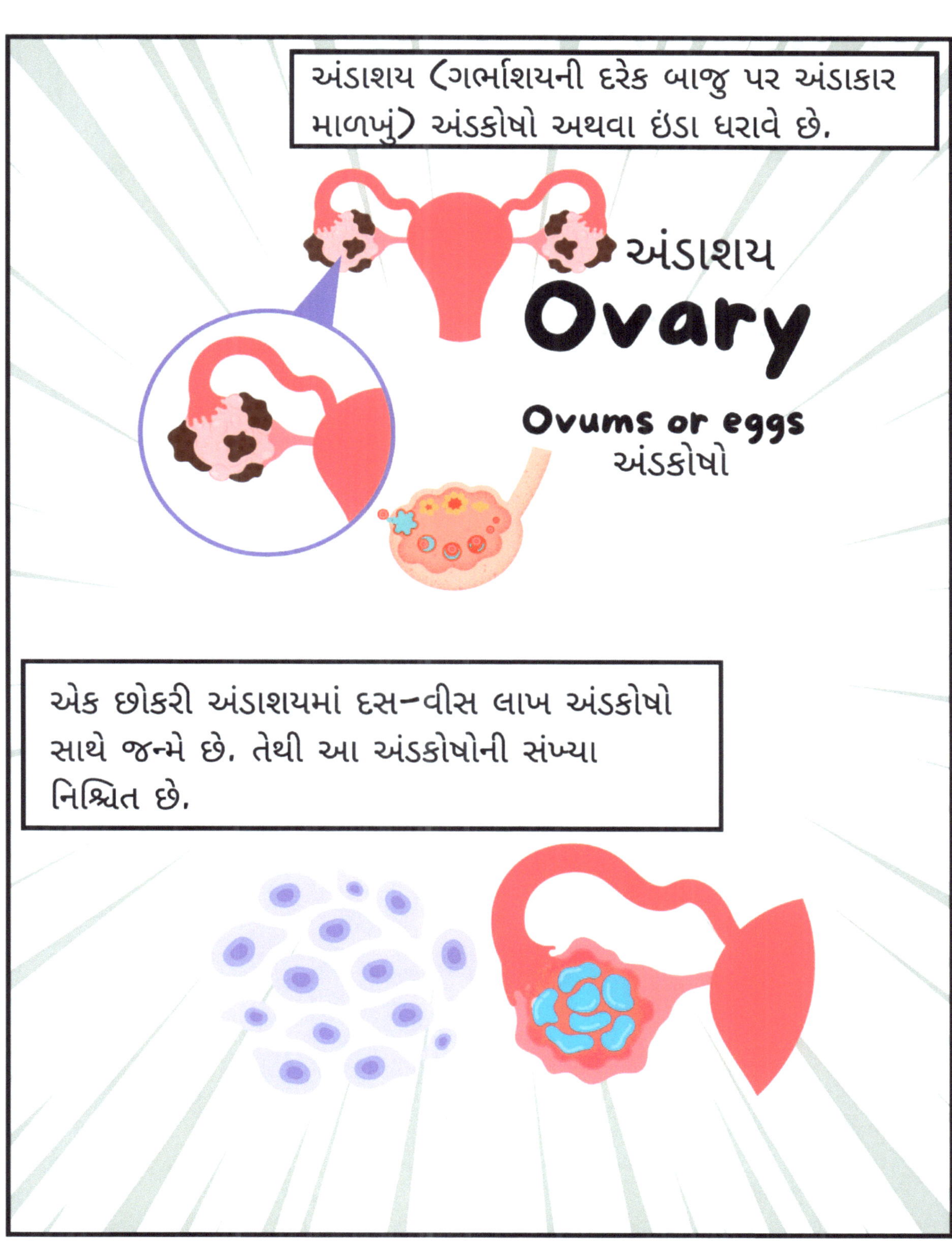

એક છોકરી અંડાશયમાં દસ-વીસ લાખ અંડકોષો સાથે જન્મે છે. તેથી આ અંડકોષોની સંખ્યા નિશ્ચિત છે.

દર મહિને આમાંથી થોડાં ઈંડાં વિકસાવવાનું શરૂ કરવા માટે પસંદ કરવામાં આવે છે.

હવે તમે આશ્ચર્ય પામી રહ્યા છો કે અંડાશય કેવી રીતે જાણે છે કે દર મહિને આ ક્યારે કરવું? તેની પાછળનું વિજ્ઞાન થોડું સમજીએ.

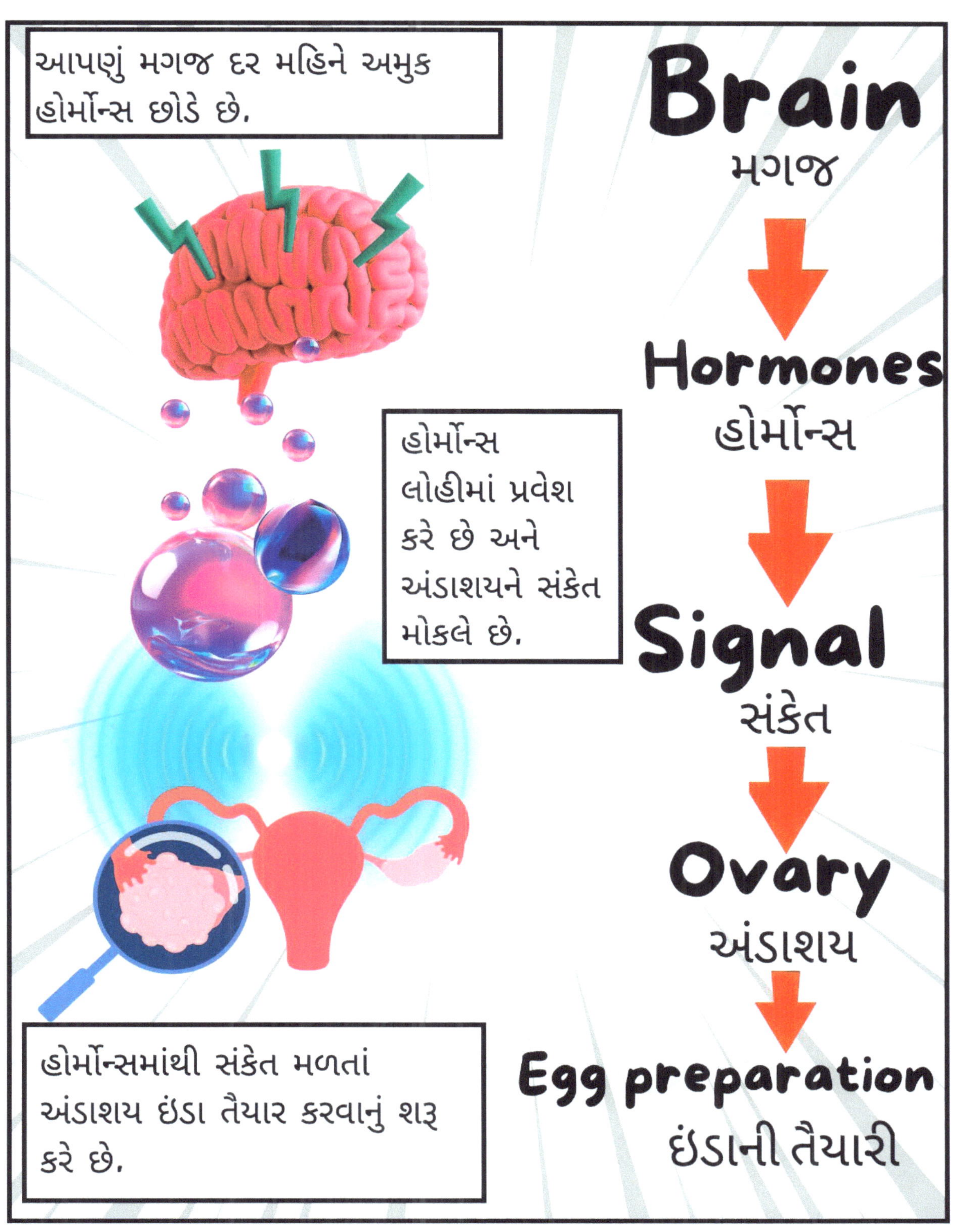
આપણું મગજ દર મહિને અમુક હોર્મોન્સ છોડે છે.

હોર્મોન્સ લોહીમાં પ્રવેશ કરે છે અને અંડાશયને સંકેત મોકલે છે.

હોર્મોન્સમાંથી સંકેત મળતાં અંડાશય ઇંડા તૈયાર કરવાનું શરુ કરે છે.

Brain
મગજ

Hormones
હોર્મોન્સ

Signal
સંકેત

Ovary
અંડાશય

Egg preparation
ઇંડાની તૈયારી

હવે બદલામાં અંડાશય કેટલાક હોર્મોન્સ પણ ઉત્પન્ન કરે છે જે ગર્ભાશય પર કાર્ય કરે છે.

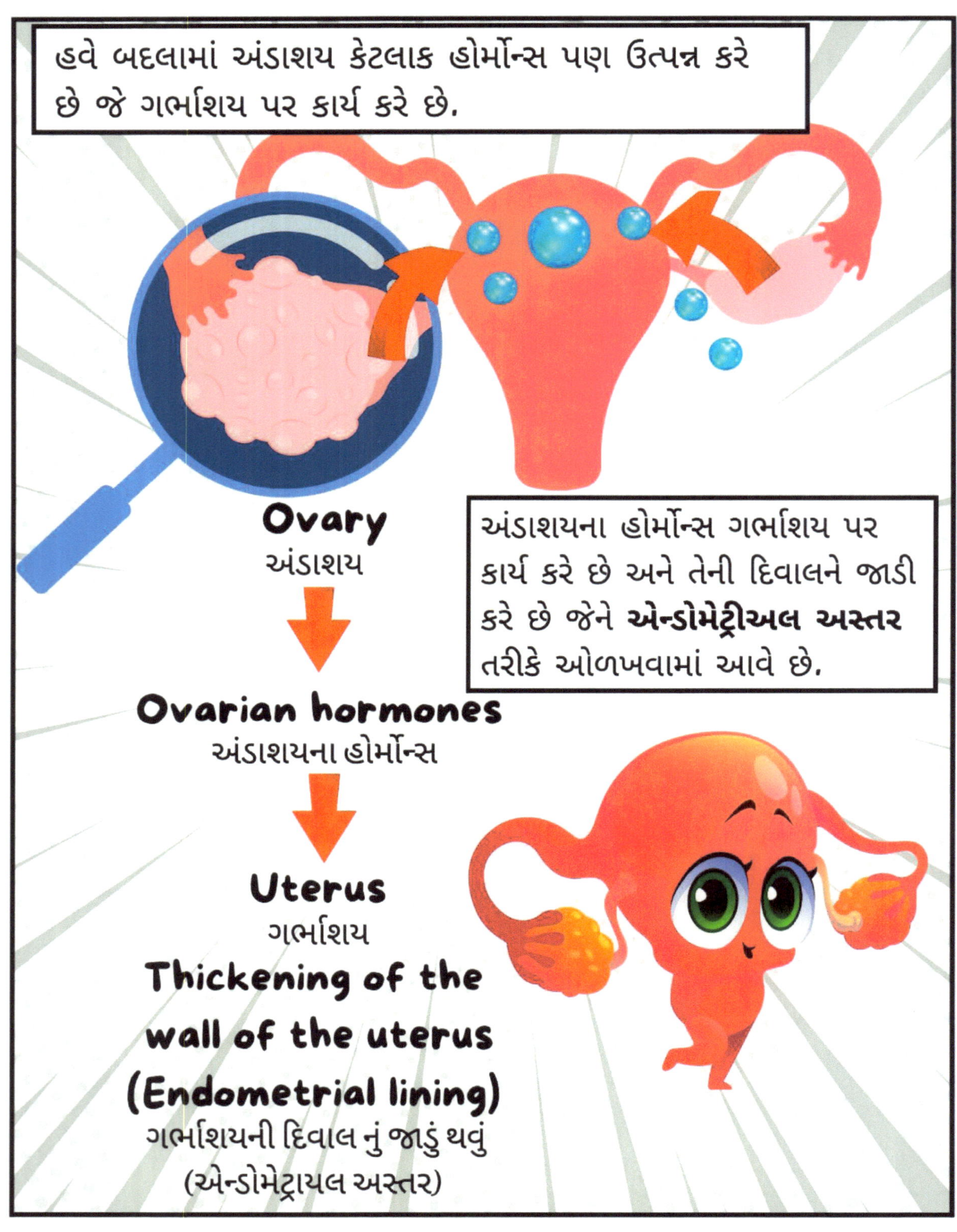

Ovary
અંડાશય

Ovarian hormones
અંડાશયના હોર્મોન્સ

Uterus
ગર્ભાશય
Thickening of the wall of the uterus (Endometrial lining)
ગર્ભાશયની દિવાલ નું જાડું થવું
(એન્ડોમેટ્રાયલ અસ્તર)

અંડાશયના હોર્મોન્સ ગર્ભાશય પર કાર્ય કરે છે અને તેની દિવાલને જાડી કરે છે જેને એન્ડોમેટ્રીઅલ અસ્તર તરીકે ઓળખવામાં આવે છે.

સમય સાથે ઇંડા
મોટા થાય છે અને
વધુ વિકાસ પામે છે

ગર્ભાશય
અંડાશયના હોર્મોન્સ
પ્રાપ્ત કરે છે અને તેનું
અસ્તર જાડું થાય છે

થોડા દિવસોમાં
ઇંડુ સંપૂર્ણપણે
વિકસિત બને
છે.

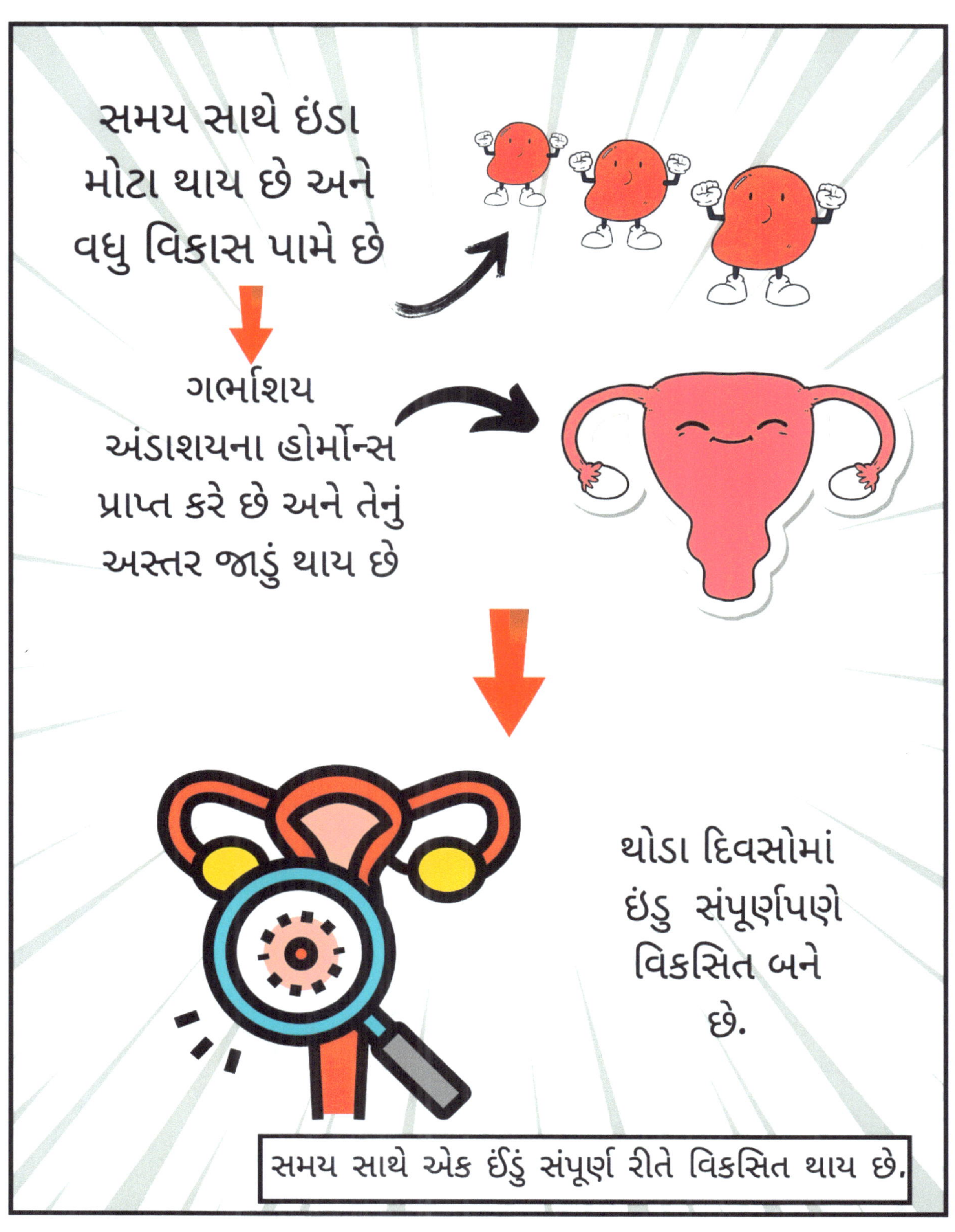

સમય સાથે એક ઇંડું સંપૂર્ણ રીતે વિકસિત થાય છે.

અંડાશયમાંથી સંપૂર્ણ વિકસિત ઈંડું છૂટું થાય છે .

ટ્યુબમાં પ્રવેશ કરે છે.

થોડા દિવસોમાં ઈંડું ગર્ભાશય સુધી પહોંચે છે જે દરમિયાન ગર્ભાશયની અસ્તર જાડી અને મજબૂત થઈ ગયેલ હોય છે ,

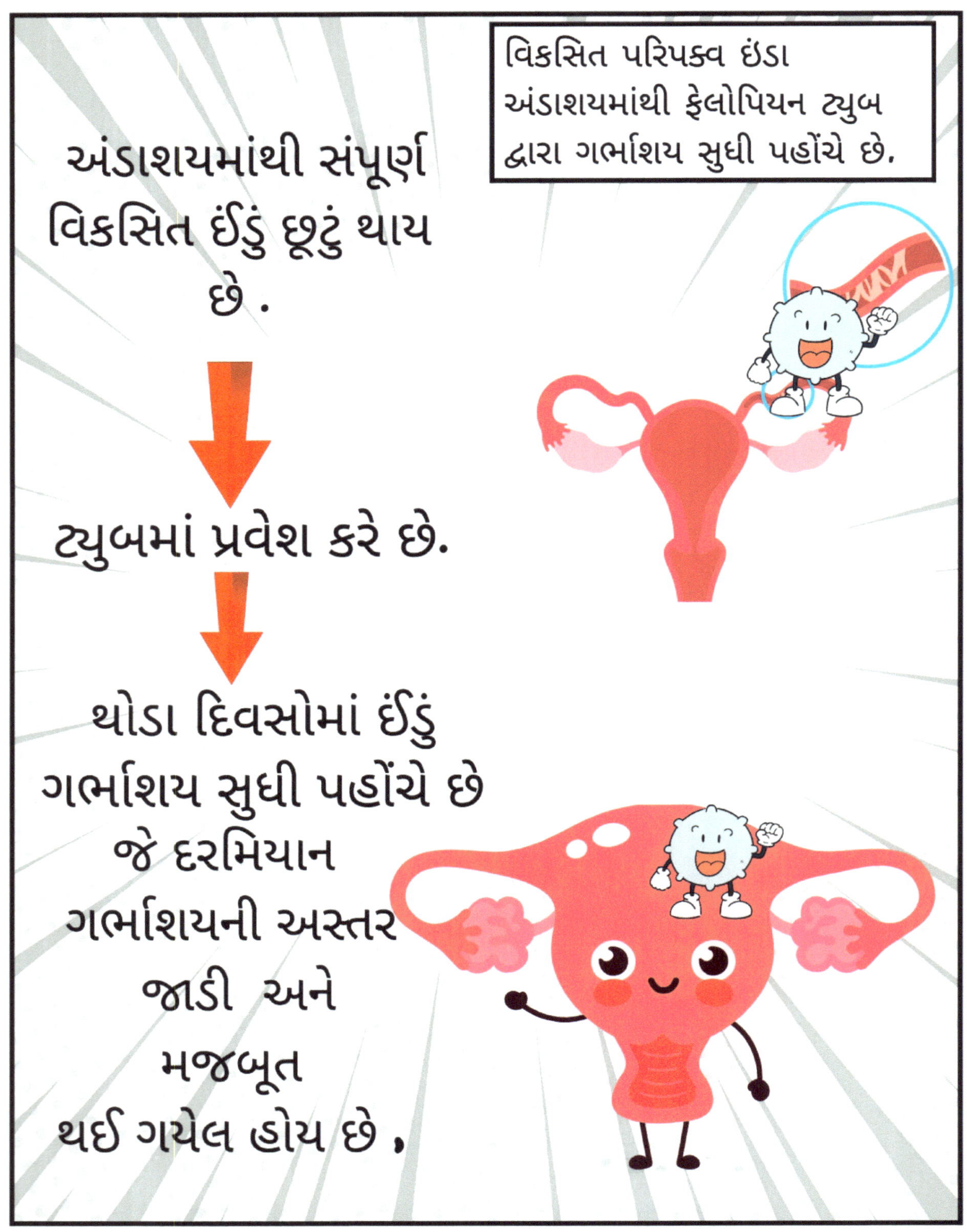

થોડા સમય પછી ગર્ભાશયના
સ્નાયુઓ સંકોચાય છે

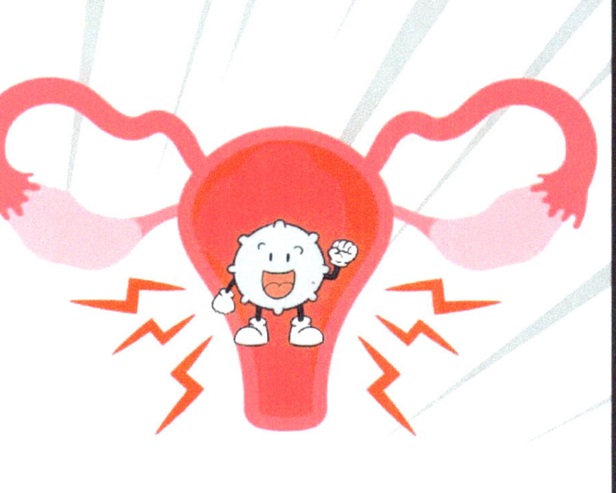

અસ્તર/પેશીઓ
જે હૉર્મોન્સને કારણે વિકસી
હતી, તે હવે શરીર ની બહાર
જવાનું શરૂ કરે છે.

ગર્ભાશયનું સંકોચન વધારાના એન્ડોમેટ્રાયલ અસ્તર અને રક્ત સાથે ઇંડાને બહાર ફેંકી દે છે.

ઇંડા અને લોહી
પણ એન્ડોમેટ્રાયલ અસ્તર/
પેશીઓ સાથે બહાર જાય છે.

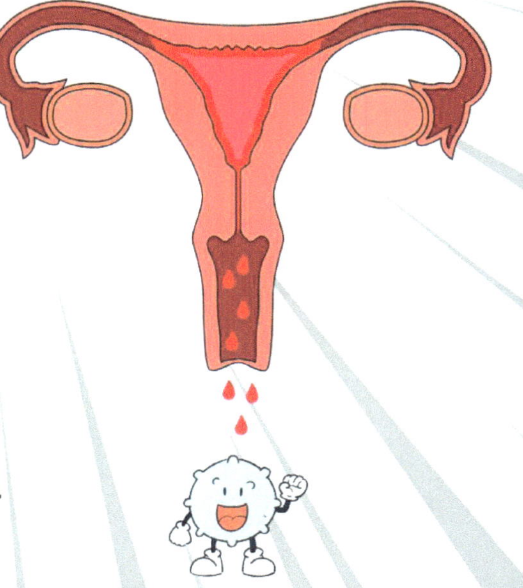

આ પ્રક્રિયા સામાન્ય રીતે શરીરમાંથી
તમામ વસ્તુઓને સાફ કરવામાં થોડા
દિવસો લે છે.

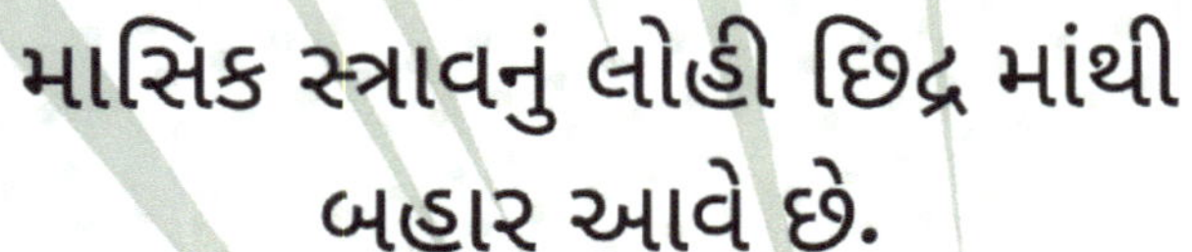

માસિક સ્ત્રાવનું લોહી છિદ્ર માંથી બહાર આવે છે.

માસિક સ્ત્રાવ ના બહાર નીકળવા માટેનું છિદ્ર પેશાબના છિદ્ર અને મળત્યાગ ના છિદ્ર ની એકદમ વચ્ચે સ્થિત છે

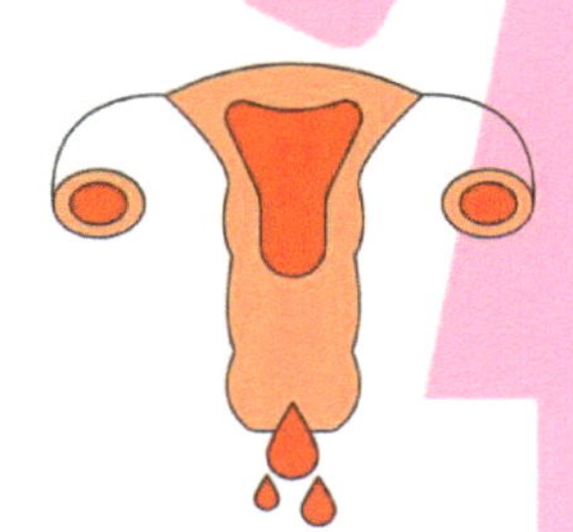

પેશી સાથે આ રક્તસ્ત્રાવ **માસિક રક્ત** તરીકે ઓળખાય છે.

આ પ્રક્રિયા **માસિક સ્ત્રાવ** તરીકે ઓળખાય છે.

આ સમયગાળો જે દરમિયાન રક્તસ્ત્રાવ થાય છે તેને **માસિક** અથવા **"પિરિયડ"** તરીકે ઓળખવામાં આવે છે.

આ ચક્ર દર મહિને થાય છે.

પુખ્ત વયના લોકોમાં દર **25-35** દિવસે
તરુણાવસ્થામાં દર **21-45** દિવસે

આ ચક્ર એક છોકરીનું સમગ્ર
દરમિયાન જીવન ચાલુ રહે છે.

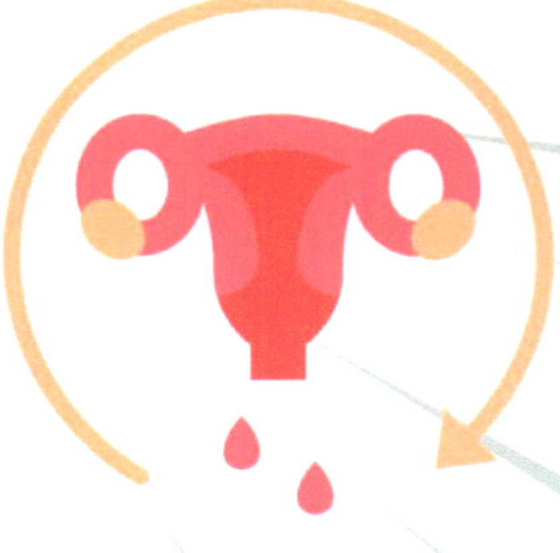

અથવા ત્યાં સુધી, જયારે બધા
ઈંડાનો વપરાઈ જાય છે.

અને તે ત્યાં સુધી ચાલુ રહે છે જ્યાં સુધી પરિપક્વ
થવા માટે અંડાશયમાં કોઈ ઈંડા બાકી ન રહે.

માસિક સ્ત્રાવ ખુબ જ ઓછા લોહી ના વહ્યા સાથે 3–7 દિવસ સુધી ચાલે છે.

મોટેભાગે માસિક ચક્ર અવધિ **3-7** દિવસ સુધી ચાલે છે.

પીરિયડ્સ દરમિયાન તમે **2** ટેબલ સ્પૂન કરતાં ઓછું લોહી ગુમાવો છો.

પરંતુ તે વધુ લાગે છે કારણ કે તેની સાથે અન્ય પ્રવાહી પણ બહાર આવે છે.

કોઈ બે શરીર સરખા નથી હોતા .
તેથી આ પ્રક્રિયા વિવિધ લોકો માટે સહેજ અલગ હોઈ શકે છે.

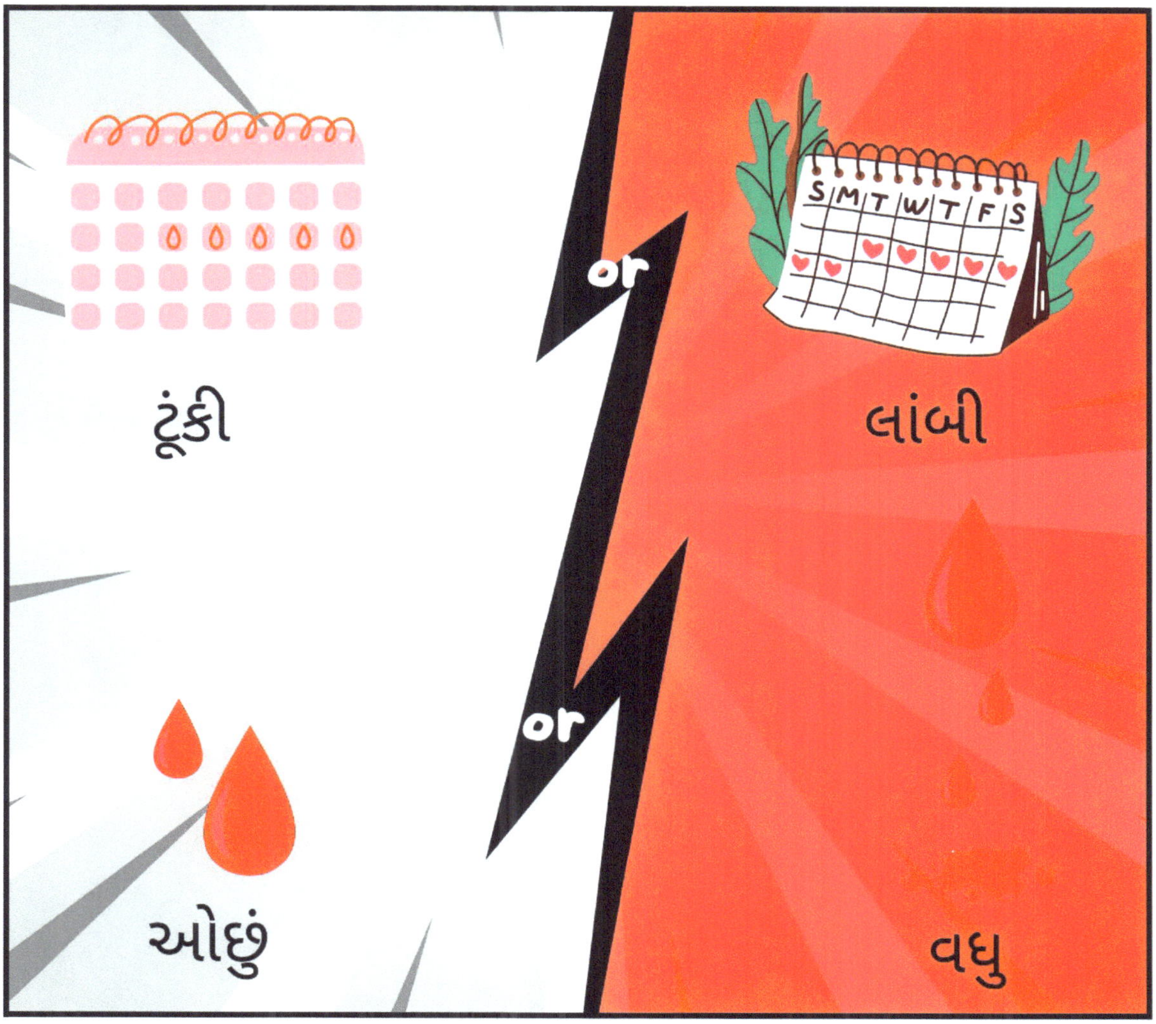

તો , હવે તમે સમજી ગયા! બરાબર ને!
હા! આપનો આભાર! હવે મને ચિંતા નથી.

પછી તે તેના મિત્રો સાથે રમવા માટે રમતના મેદાનમાં પછી ફરી.

આભાર ડોક્ટર! પરંતુ શું આપણે પીરિયડ્સ દરમિયાન નિયમિત પ્રવૃત્તિઓ રમી કે કરી શકીએ?
ઓહ! હવે મને પણ એ સ્પષ્ટ સમજાઈ ગયું!
આપણાં કપડાં પર લોહીના ડાઘા પડે તેનું શું?
અને આપણે પીરિયડ્સ દરમિયાન બીજી કોઈ સાવચેતી રાખવી જોઈએ?
વાહ! જિજ્ઞાસુ શીખનારાઓને જોવું ખૂબ આનંદદાયક છે! ચાલો હું તમારા બધા પ્રશ્નોના એક પછી એક જવાબ આપું, બરાબર!

માસિક સ્ત્રાવ દરમિયાન તમને ટેકો આપવા માટે બજારમાં ચાર પીરિયડ ટૂલ્સ/ઉત્પાદનો ઉપલબ્ધ છે.

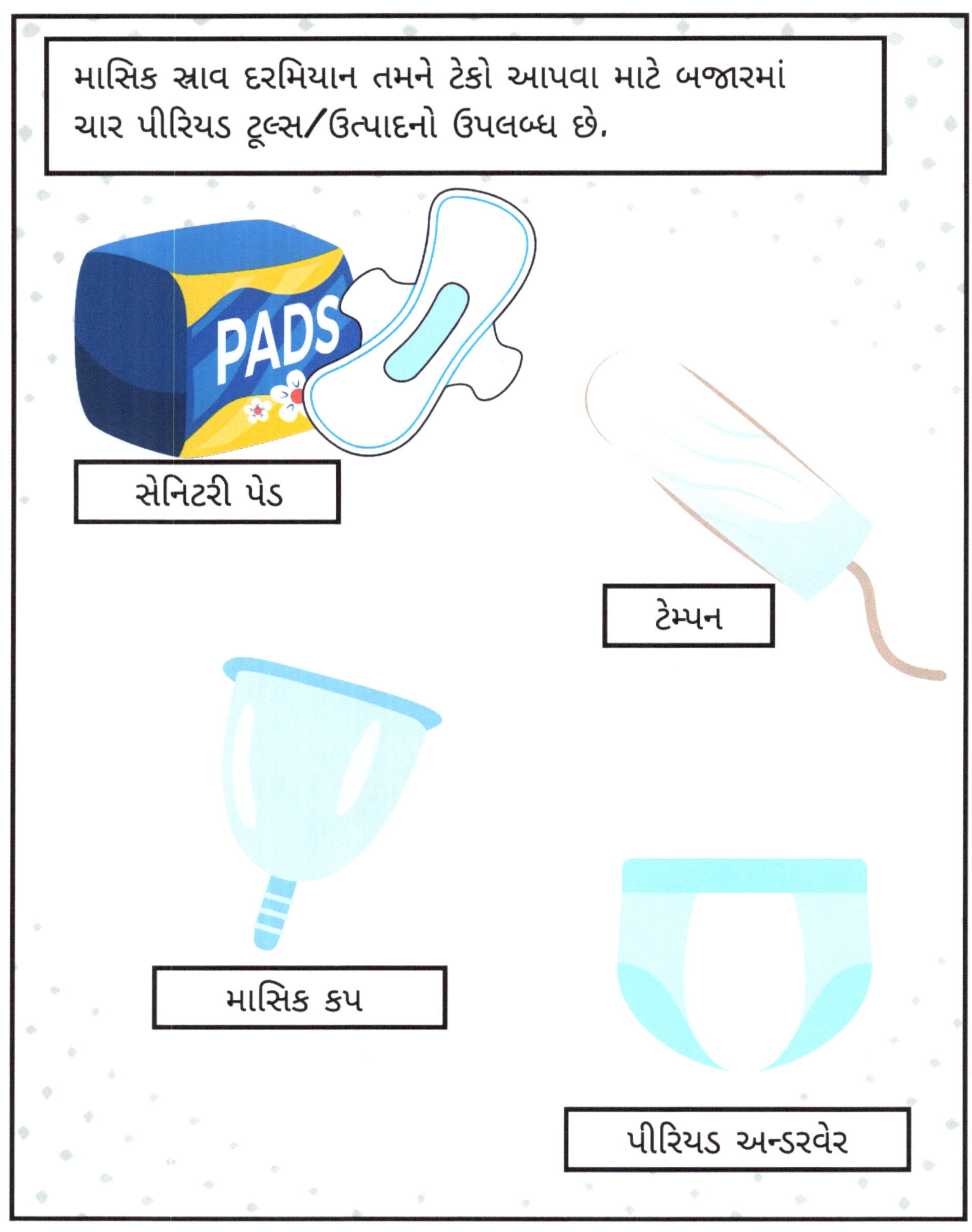

PADS
સેનિટરી પેડ
ટેમ્પન
માસિક કપ
પીરિયડ અન્ડરવેર

તમારા આરામના આધારે યોગ્ય ઉત્પાદન પસંદ કરવું મહત્વપૂર્ણ છે.

તેથી આપણો તે બધા વિશે જાણીશું જેથી તમે તમારા માટે નક્કી કરી શકો.

તેઓ લોહી શોષી લે છે
અને
લિકેજ (ટપકાવ) અટકાવે છે.

તેઓ માસિક સ્રાવની સ્વચ્છતા
પૂરી પાડે છે.

તેઓ માસિક સ્રાવ દરમિયાન
તમને આરામદાયક રાખે છે.

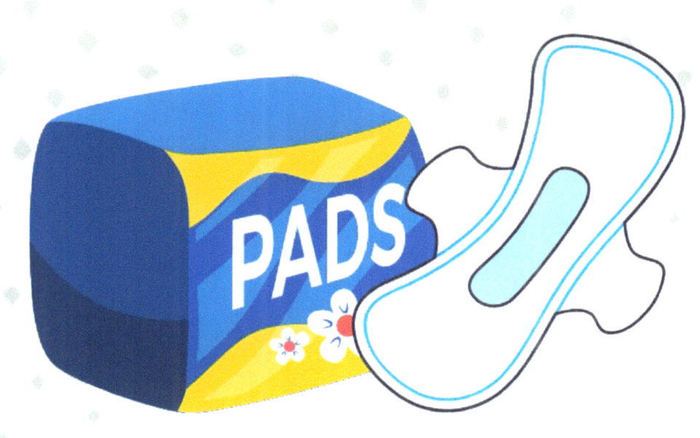

સેનેટરી પેડ્સનો સૌથી વધુ ઉપયોગ થાય છે.

તેઓ વિશેષ શોષક સ્ટીકર જેવા છે. તે પ્રવાહને પકડે છે, તેને શોષી લે છે અને લિકેજ અટકાવે છે.

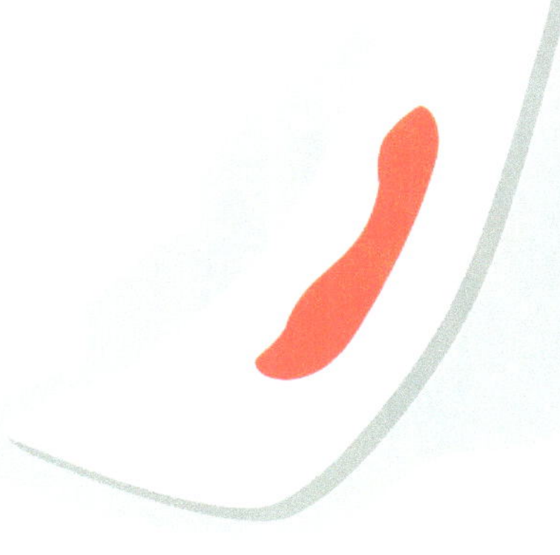

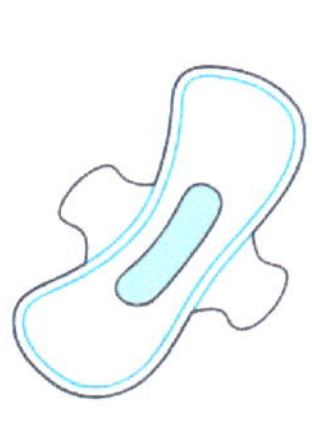 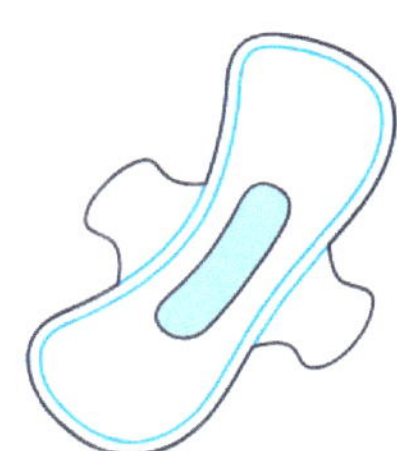 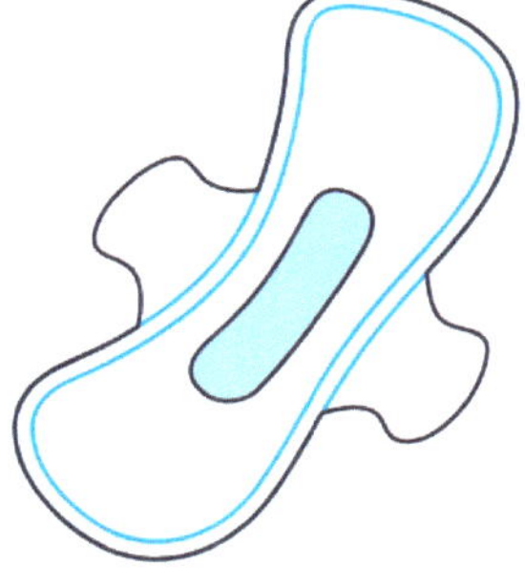

તેઓ વિવિધ કદમાં ઉપલબ્ધ છે.

તમે કદ, શોષકતા અને આરામના આધારે એક પસંદ કરી શકો છો.

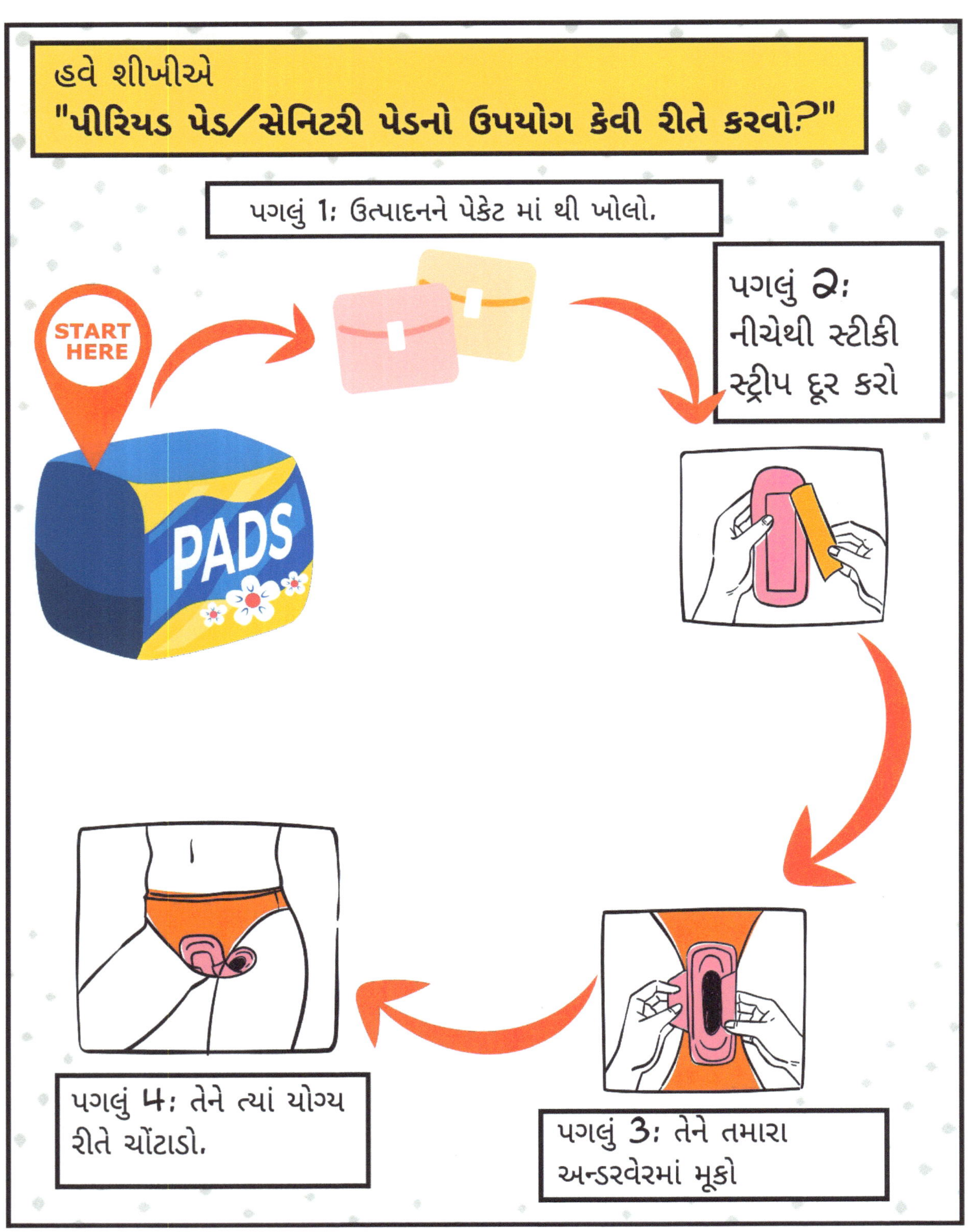
હવે શીખીએ
"પીરિયડ પેડ/સેનિટરી પેડનો ઉપયોગ કેવી રીતે કરવો?"
પગલું 1: ઉત્પાદનને પેકેટ માં થી ખોલો.
START HERE
PADS
પગલું ૨:
નીચેથી સ્ટીકી
સ્ટ્રીપ દૂર કરો
પગલું ૪: તેને ત્યાં યોગ્ય
રીતે ચોંટાડો.
પગલું 3: તેને તમારા
અન્ડરવેરમાં મૂકો

આપણે દર **3-4** કલાકે પેડ બદલવું પડશે.

કારણ કે સમય સાથે બેક્ટેરિયા પેડમાં જમા થવા લાગે છે. આનાથી ખરાબ ગંધ આવી શકે છે. કેટલાક કિસ્સાઓમાં ચેપ લાગી શકે છે.

સમયસર પેડ બદલવાથી એ પણ સુનિશ્ચિત થશે કે કોઈ લીકેજ નથી.

પ્રથમ, તેને નવા પેડના ટોઇલેટ પેપર/ રેપરમાં લપેટી લો.

તેને ટોઇલેટમાં ક્યારેય ફ્લશ ન કરો.

તેને કચરાપેટીમાં ફેંકી દો.

છેલ્લે, તમારા હાથને સાબુ અને પાણીથી ધોઈ લો.

ટેમ્પોન

તે એક નાનું નરમ ઉત્પાદન છે.
તે શરીરની અંદર સરળતાથી ફિટ થઈ
જાય છે.

જેમ પાટો કાપો લાગે
ત્યારે મદદ કરે છે, તેમ
ટેમ્પોન લોહીનું સંચાલન
કરવામાં મદદ કરે છે.

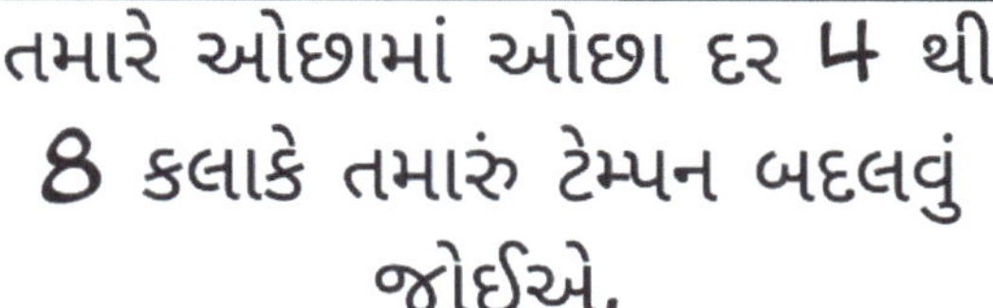

તમારે ઓછામાં ઓછા દર ૫ થી
8 કલાકે તમારું ટેમ્પન બદલવું
જોઈએ.

લાંબા સમય સુધી ટેમ્પોન રાખવાથી એ ચેપ અને ટોક્સિક શોક
સિન્ડ્રોમ કરી શકે છે.

જ્યારે તમારો પ્રવાહ વધુ ભારે હોય, ત્યારે તમારે તેને વધુ વખત
બદલવાની જરૂર પડી શકે છે.

માસિક કપ

તે નરમ સામગ્રીથી બનેલા નાના બાઉલ જેવું છે.

જેમ કપ પાણીને સંઘરી શકે છે, તેવી જ રીતે આ કપ લોહીને સંઘરી શકે છે.

તમે દર 8 થી 12 કલાકે કપ દૂર કરો અને ખાલી કરો એ જરૂરી છે.

કેટલાક કપ માત્ર એક વાર ઉપયોગ થઇ શકે છે, જ્યારે કેટલાક ધોઇ અને ફરીથી વાપરી શકાય છે.

પીરિયડ અન્ડરવેર

ते તમારા અન્ડરવેર જેવું લાગે છે જે તમે દરરોજ પહેરો છો.

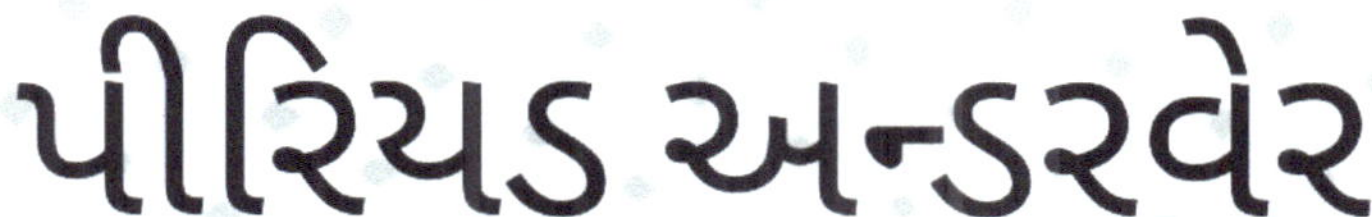

પરંતુ તેમની પાસે વધુ શોષક સ્તરો છે જે સ્પોન્જની જેમ લોહીને શોષી લે છે.

તેઓ ધોવા યોગ્ય અને ફરીથી વાપરી શકાય તેવા પણ છે.

તમે આખો દિવસ પીરિયડ અન્ડરવેર પહેરી શકો છો. પરંતુ અન્ડરવેર અને તમારા પ્રવાહના આધારે, તમારે તમારા અન્ડરવેરને વધુ વખત બદલવાની જરૂર પડી શકે છે.

તમે જે પણ ઉત્પાદનનો ઉપયોગ કરો છો તે માસિક સ્વચ્છતા માટે જરૂરી છે.

ફરીથી ઉપયોગ કરતા પહેલા ફરીથી વાપરી શકાય તેવા ઉત્પાદનોને ધોઈ લો.

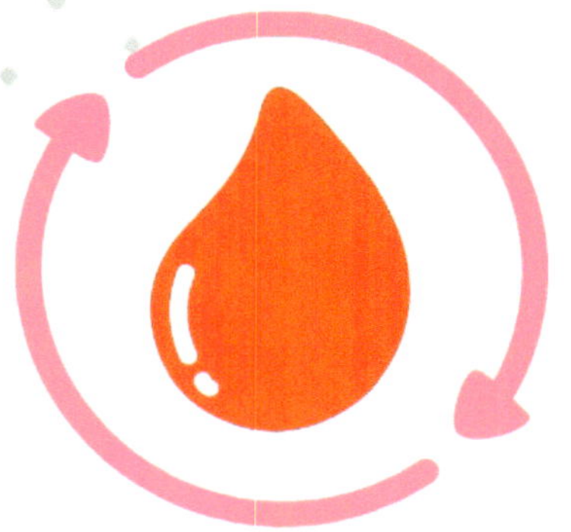

ચેપ અને ગંધને રોકવા માટે, દર 4–5 કલાકે નિકાલજોગ ઉત્પાદન બદલો.

પેડ બદલતા પહેલા અને પછી તમારા હાથ સાબુ અને પાણીથી ધોઈ લો.

દરરોજ સ્નાન કરો.

તમારા પ્રાઇવેટ પાર્ટ્સ (ગુપ્તાંગો) ને પાણીથી ધોઈ લો.

પ્રાઇવેટ પાર્ટ્સ ધોવા માટે કઠોર સાબુનો ઉપયોગ કરશો નહીં.

સુગંધ વિનાના ઉત્પાદનો ઉપયોગ કરવાનો પ્રયાસ કરો, કારણ કે તેઓ એલર્જીક પ્રતિક્રિયાઓનું કારણ બની શકે છે.

હળવા શ્વાસ લેવાય એવા સુતરાઉ અન્ડરવેર પહેરો.

પૂરતા પ્રમાણમાં પ્રવાહી પીવો. તમારી જાતને હાઇડ્રેટેડ રાખો.

સ્વાસ્થ્યવર્ધક પૌષ્ટિક ખોરાક લો.

પીરિયડ્સ સાથે સંકળાયેલા કેટલાક સામાન્ય લક્ષણો

પેટની ખેંચાણ/પીડા

બધી જ નહીં, પરંતુ કેટલીક છોકરીઓને પીરિયડ્સ પહેલાં અને તે દરમિયાન પેટના નીચેના ભાગમાં અથવા પીઠમાં અથવા સ્તનમાં હલકો દુખાવો થતો હોય છે.

માસિક સ્રાવ પહેલા અથવા તે દરમિયાન દુખાવો થવો ખૂબ સામાન્ય છે. પીરિયડ્સ ધરાવતી અડધાથી વધુ સ્ત્રીઓ અને છોકરીઓને દર મહિને 1 થી 2 દિવસ સુધી થોડો દુખાવો થાય છે.

તમારા પીરિયડ્સ દરમિયાન, તમારું ગર્ભાશય સંકોચાય છે. તમારું ગર્ભાશય પ્રોસ્ટાગ્લાન્ડિન નામના કુદરતી રસાયણો પણ મુક્ત કરે છે. આ રસાયણો ખેંચાણનું કારણ બની શકે છે.

આખા મહિના દરમિયાન નિયમિત વ્યાયામ કરો

વધુ ઉંઘ મેળવવી, ખાસ કરીને તમારા પીરિયડ્સ પહેલા અને દરમિયાન

તમારા પેટ અથવા પીઠના નીચેના ભાગમાં હીટિંગ પેડ, હીટ રેપ અથવા ગરમીનો અન્ય સ્ત્રોત મૂકો.

ડૉક્ટરની સલાહ લીધા પછી IBUPROFEN અથવા NAPROXEN સોડિયમ (જો તમને એસ્પિરિન અથવા ગંભીર અસ્થમાની એલર્જી ન હોય તો) લો.

જો તમને ખીલ થાય છે...

વધારાના સીબમથી છુટકારો મેળવવા માટે તમારા ચહેરાને પાણી અને હળવા ક્લીંઝરથી વારંવાર ધોઈ લો.

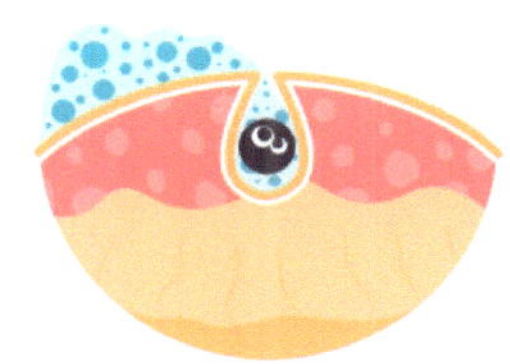

આ પિમ્પલ્સ અને ખીલ ઘટાડવામાં મદદ કરશે

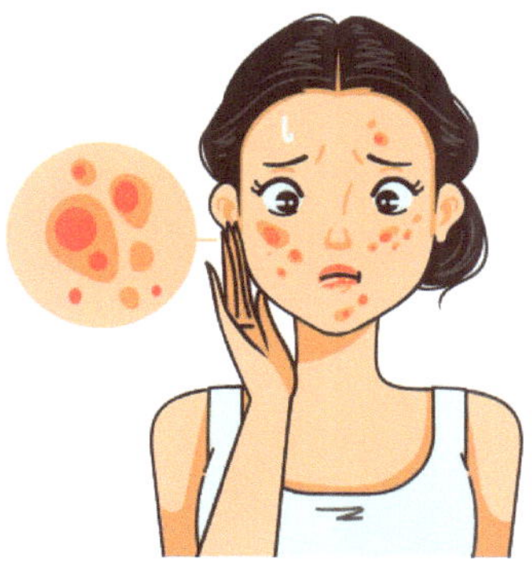

એવા ઉત્પાદનોને ટાળો જે તમારી ત્વચાને સૂકવે છે અથવા બળતરા કરે છે. તમારી ત્વચાને સ્ક્રબ કરશો નહીં અથવા ખોતરશો નહીં.

જો તમને ખીલ અથવા ખીલ વિશે ચિંતા હોય, તો કેટલીક દવાઓ મદદ કરી શકે છે. તમારી ચિંતાઓ વિશે તમારા ડૉક્ટર સાથે વાત કરો.

બસ આ જ! મેં તમારા બધા પ્રશ્નોના જવાબ આપ્યા છે. પરંતુ તમે તેને સ્પષ્ટ રીતે સમજ્યા છો કે કેમ તે તપાસવા માટે, ચાલો એક રમત રમીએ!

હા ડોકટર!
આભાર ડૉક્ટર! હવે અમે પીરિયડ્સ વિશે જાણીએ છીએ. પણ આપણો કઈ રમત રમીએ છીએ?

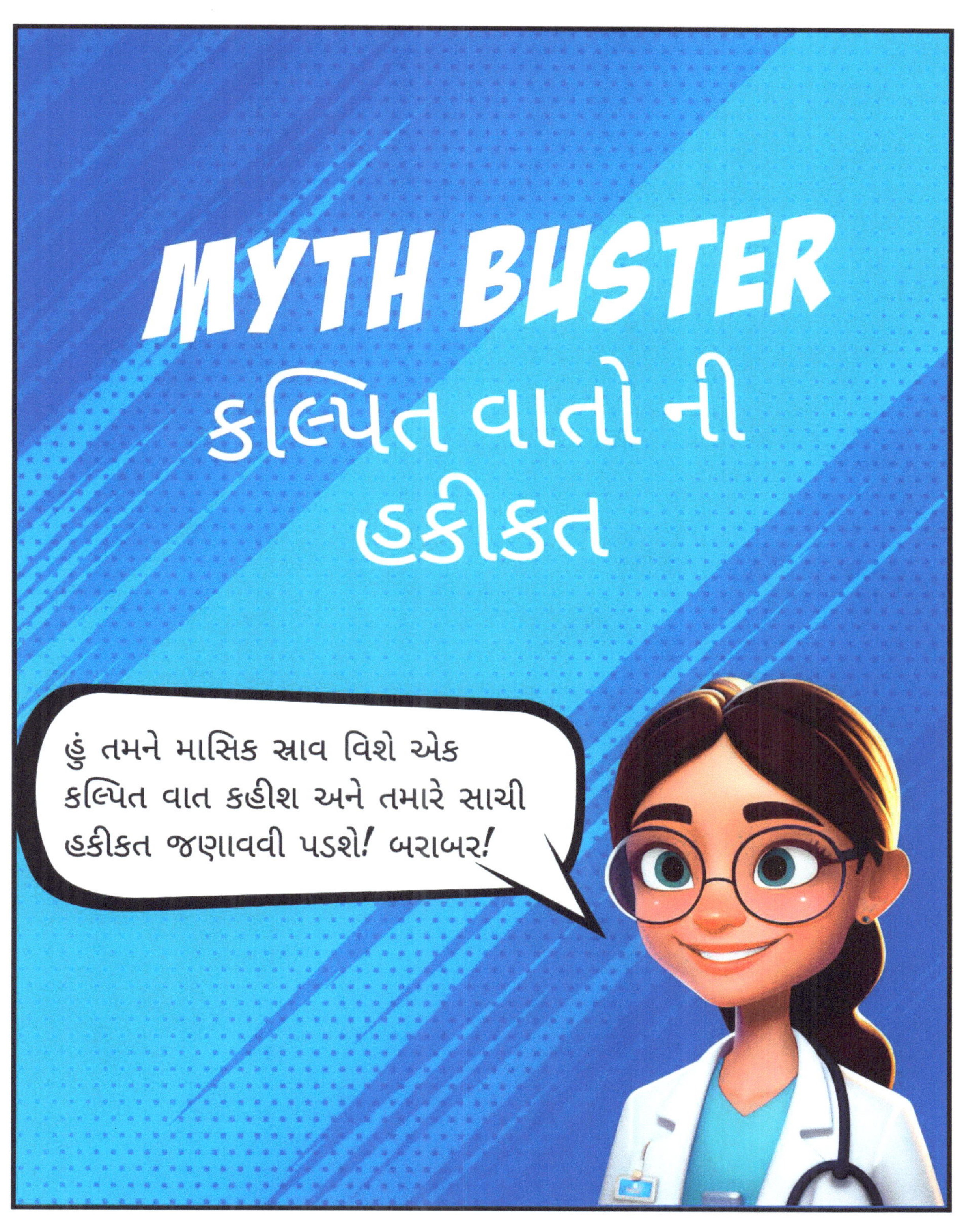

MYTH BUSTER
કલ્પિત વાતો ની હકીકત
હું તમને માસિક સ્રાવ વિશે એક કલ્પિત વાત કહીશ અને તમારે સાચી હકીકત જણાવવી પડશે! બરાબર!

MYTHS
પીરિયડ્સ ગંદા છે!
FACTS
પીરિયડ્સ એ મોટા થવાની કુદરતી અને સ્વસ્થ પ્રક્રિયા છે.

MYTHS
પીરિયડ્સ એ અમુક પ્રકારની બીમારી છે!
FACTS
પીરિયડ્સ એ સ્ત્રીના શરીરમાં થતી કુદરતી જૈવિક પ્રક્રિયા છે.

MYTHS
શારીરિક પ્રવૃત્તિ અથવા રમતગમત તમારા પીરિયડ્સ ના પ્રવાહ માં ખલેલ પહોંચાડી શકે છે!
FACTS
જો તમને અનુકૂળ હોય તો, તમે પીરિયડ્સ દરમ્યાન શારીરિક પ્રવૃત્તિ અથવા અથવા રમતગમત કરી શકો છો.

MYTHS
જ્યારે તમે પીરિયડ્સ પર છો, ત્યારે તમે તરી શકતા નથી અથવા સ્નાન કરી શકતા નથી !
FACTS
સ્નાન અને સ્વિમિંગ પીરિયડ્સ દરમ્યાન થઇ શકે છે અને સ્વચ્છતા માટે સારું પણ છે.

MYTHS
માસિક સ્ત્રાવનું લોહી ખરાબ અને અશુદ્ધ છે!
FACTS
માસિક સ્ત્રાવનું લોહી શરીરની કુદરતી પ્રક્રિયાનો માત્ર એક ભાગ છે અને તેમાં ખરાબ કે અશુદ્ધ જેવું કઈ નથી.

બધા સાચા! ખુબ સરસ છોકરીઓ! મને કહેતા ગર્વ થાય છે કે હવે તમે પીરિયડ્સ વિશે સારી રીતે જાણો છો!

આ બધા ફેરફારો ખૂબ જ સામાન્ય અને કુદરતી છે. તમે હંમેશા તમારી માતા સાથે આ વિશે વાત કરી શકો છો.

હવે અમે જાણીએ છીએ કે સ્ત્રી શરીર અદ્ભુત છે, અને માસિક સ્રાવ એ છોકરી હોવાનો અને મોટા થવાનો એક શક્તિશાળી ભાગ છે! તે એક કુદરતી પ્રક્રિયા છે અને અમે તેને સ્વીકારવા તૈયાર છીએ!

આ મેડિકલ કોમિક બુક વાંચવા બદલ આપ સૌનો આભાર.

અમે આશા રાખીએ છીએ કે તમને માહિતી મદદરૂપ લાગી અને માસિક સ્રાવના વિષય સાથે વધુ આરામદાયક અનુભવશો.

યાદ રાખો, પીરિયડ્સ એ જીવનનો કુદરતી અને સ્વસ્થ ભાગ છે, અને તેમાં બહુ નાનો કે મૂર્ખતાપૂર્ણ લાગે તેવો કોઈ પ્રશ્ન નથી.

તમારા મિત્રો, કુટુંબીજનો અને શિક્ષકો સાથે વાતચીત ચાલુ રાખો અને જ્યારે તમને જરૂર હોય ત્યારે મદદ અથવા સલાહ માટે પૂછવામાં ક્યારેય અચકાવું નહીં.

પીરિયડ ટ્રેકર

DAY 1	DAY 16
DAY 2	DAY 17
DAY 3	DAY 18
DAY 4	DAY 19
DAY 5	DAY 20
DAY 6	DAY 21
DAY 7	DAY 22
DAY 8	DAY 23
DAY 9	DAY 24
DAY 10	DAY 25
DAY 11	DAY 26
DAY 12	DAY 27
DAY 13	DAY 28
DAY 14	DAY 29
DAY 15	DAY 30

NOTES:

____

____

____

____

____

____

____

____

____

____

____

____

____

____

____

____

____

____

End the Stigma Stop the Shaming
કલંકનો અંત લાવો અને શરમ કરવાનું બંધ કરો
પીરિયડ સ્ટીગ્મા અને પીરિયડ પોવર્ટીના કારણે છોકરીઓ શાળા છોડી દેશે.
તેઓ વધુ સારી રીતે લાયક છે. આપણે વધુ સારું કરવાની જરૂર છે
www.qworldmedicalcomics.com

સ્ત્રીની સ્વચ્છતા મફત હોવી જોઈએ

ઘણા લોકો પાસે હજુ પણ સુરક્ષિત અને પરવડે તેવા પીરિયડના ઉત્પાદનોની મેળવવાનો રસ્તો નથી.

તેમને તમારી મદદની જરૂર છે.

Visit www.qworldmedicalcomics.com to learn more about our fight against period poverty.

સમાચાર ફેલાવો

આ પુસ્તક વિશે તમારા મિત્રો અને સંબંધીઓ સાથે શેર કરો. તેમને તેમની પ્રિય શાળાની છોકરીઓ માટે આ ખરીદવા માટે પ્રેરણા આપો. માસિક સ્રાવની આસપાસના પ્રતિબંધને તોડવાની ચળવળમાં જોડાઓ. યાદ રાખો, જ્ઞાન એ શક્તિ છે અને "મેન્સ્ટ્રૂઅલ માર્વેલ" વડે આપણે એક એવું ભવિષ્ય બનાવી શકીએ છીએ જ્યાં દરેક છોકરી તેના શરીર વિશે આત્મવિશ્વાસ અને માહિતગાર અનુભવે.

તમે અમને "Qworldmedicalcomics@gmail.com" પર ઇમેઇલ કરીને આજે જ ડૉ. આકૃતિ મહેતા સાથે વર્કશોપ બુક કરાવી શકો છો.

Q world Medical Comics

Qworldmedicalcomics.com